Puto la Ayubu

Imeandikwa na Michelle Wanasundera

Imechorwa na Yuliia Zolotova

Library For All Ltd.

Library For All ni Shirika lisilo la Kiserikali la Australia lenye lengo la kufanya maarifa yafikiwe na watu wote kupitia suluhisho bunifu la maktaba ya mtandao/kidijitali. Tutembelee kwenye libraryforall.org

Puto la Ayubu

Toleo hili lilichapishwa 2022

Imechapishwa na Library For All Ltd
Barua pepe: info@libraryforall.org
URL: libraryforall.org

Library For All inatoa shukrani na inathamini michango ya wote waliofanikisha matoleo ya awali ya kitabu hiki.

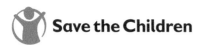

Michoro asilia imechorwa na Yuliia Zolotova

Puto la Ayubu
Wanasundera, Michelle
ISBN: 978-1-922951-08-3
SKU03070

Puto la Ayubu

Yupo bustani ya wanyama pori.

Baada ya kuingia mlangoni,
Ayubu anapewa ramani na
puto kubwa jekundu.

Puto la Ayubu lina rangi ya gari
jekundu la zimamoto!

Ayubu anashikilia puto lake kwa nguvu na kulipeleka kila anapokwenda.

Anashikilia puto lake anapowaona
tembo wakikanyaga kwa kishindo,
wakipiga kelele na kurusha maji.

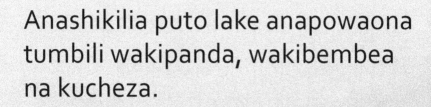

Anashikilia puto lake anapowaona
tumbili wakipanda, wakibembea
na kucheza.

Anashikilia puto lake
anapowashangilia sili wanaopiga
mbizi, kufanya shangwe na
kufanya mzaha.

Bado ameshikilia puto lake pale siku yake inapogeuka kuwa mbaya ghafla.

Mlio wa kupasuka!

Lakini ni sawa.

Baada ya jambo baya kutokea, nina hakika jambo jema litatokea hivi karibuni.

Ayubu anashikilia puto lake jekundu anapomlisha twiga.

Lakini ghafla tu...

Kupasuka!

13

Lakini ni sawa.

Baada ya jambo baya kutokea, nina hakika jambo jema litatokea hivi karibuni.

Ayubu na Baba yake wanavyoelekea mlangoni, Ayubu anasimama.

"Shika!" Ayubu anasema.

Na Ayubu alifurahia sana.

Unaweza kufikiria kwamba una puto kama la Ayubu?

Puto lako ni rangi gani?

Fikiria kuwa umebeba puto lako siku nzima kama Ayubu alivyobeba.

Mambo mazuri yanapofanyika, tunahisi fahari, uchangamfu na furaha, kama puto la Ayubu.

Mambo mabaya yanapofanyika, tunaweza kuhisi huzuni na kukosa motisha, kama puto la Ayubu.

Lakini kumbuka, hisia zetu zinaweza kubadilika siku nzima.

Baada ya jambo baya kutokea, nina hakika jambo jema litatokea hivi karibuni!

Unaweza kutumia maswali haya kuzungumza kuhusu kitabu hiki na familia yako, marafiki na walimu.

 Umejifunza nini kutoka kwenye kitabu hiki?

 Elezea kitabu hiki kwa neno moja. Kinachekesha? Kinatisha? Kina rangi nzuri? Kinavutia?

 Je, kitabu hiki kilikufanya ujisikie vipi ulipomaliza kukisoma?

 Ni sehemu gani uliipenda zaidi kwenye kitabu hiki?

Pakua programu yetu ya msomaji
getlibraryforall.org

Kuhusu wachangiaji

Library For All hufanya kazi na waandishi na wachoraji kutoka duniani kote ili kutengeneza hadithi mbalimbali, zinazofaa na za ubora wa juu kwa wasomaji wachanga.

Tembelea libraryforall.org
upate habari mpya kuhusu matukio ya waandishi na semina, vigezo vya uwasilishaji wa hadithi na fursa nyingine zenye ubunifu.

Je, ulifurahia kitabu hiki?

Tuna mamia ya hadithi za asili zilizoratibiwa kwa ustadi zaidi unazoweza kuchagua.

Tunafanya kazi kwa ushirikiano na waandishi, waelimishaji, washauri wa kitamaduni, serikali na mashirika yasiyo ya kiserikali ili kuleta furaha ya kusoma kwa watoto kila mahali.

Ulijua?

Tunaleta mchango mkubwa kimataifa katika nyanja hizi kwa kukumbatia Malengo ya Maendeleo Endelevu ya Umoja wa Mataifa.

libraryforall.org

CPSIA information can be obtained
at www.ICGtesting.com
Printed in the USA
LVHW071729180123
737431LV00025B/2451